முலையென்னும் தூரிகை

எஸ்தர் ராணி

படைப்பு பதிப்பகம்
#8, மதுரை வீரன் நகர்
கூத்தப்பாக்கம்
கடலூர் - தமிழ்நாடு
607 002
94893 75575

நூல் பெயர்	:	முலையென்னும் தூரிகை (கவிதை)
ஆசிரியர்	:	எஸ்தர் ராணி
பதிப்பு	:	முதற்பதிப்பு - 2022
பக்கங்கள்	:	82
வடிவமைப்பு	:	முகம்மது புலவர் மீரான்
அட்டைப்படம்	:	ரவி பேலட்
வெளியீட்டகம்	:	இலக்கிய படைப்பு குழுமம்
அச்சிடல்	:	படைப்பு பிரைவேட் லிமிடெட், சென்னை
வெளியீடு	:	படைப்பு பதிப்பகம்
பதிப்பாளர்	:	ஜின்னா அஸ்மி
விலை	:	ரூ 100

Title	:	Mulaiyennum Thoorigai (Poems)
Author	:	Esther Rani
Edition	:	First Edition - 2022
Pages	:	82
Printed by	:	Padaippu Private Limited, Chennai
Publishing Agency	:	Ilakkiya Padaippu Kuzhumam
Published by	:	Padaippu Pathippagam
Website	:	www.padaippu.com
E-mail	:	admin@padaippu.com
ISBN	:	978-93-90913-68-8
Price	:	₹ 100

சமர்ப்பணம்

தன் முலையெனும் தூரிகையினால் என்னைத் தீட்டியவளுக்கும்
என் முலையெனும் தூரிகையினால் தீட்டப் பட்டவர்களுக்கும்

முலையென்னும் தூரிகை
எஸ்தர் ராணி

பதிப்புரை

ஜின்னா அஸ்மி, பதிப்பாளர்.

தனிமையின் மேல் ஒளிரும் பிறை நிலவுக்கு ஒளியூட்ட எந்த நட்சத்திரங்களும் தேவையில்லை. நிலவு என்பதே தனித்துவமாக ஒளிரும் தன்மை கொண்டதுதான். தனக்கான ஒளியைத் தானே தயாரித்துக் கொள்ளும் வல்லமை கொண்டது நிலவு. அதுபோலவே தனக்கான வலியைத் தானே தாங்கிக் கொள்ளும் சக்தி கொண்டது பெண்மையும் தாய்மையும்.

அனைத்தையும் துறப்பது துறவரம் எனில் அதனுடன் சேர்ந்து ஆடையை மறப்பதும் ஆசையைத் துறப்பதும் ஒரு வரம். அதுவே இருளில் இருக்கும் ஆன்மாவை வெளிச்சத்திற்குக் கொண்டுவரும் ஒரு தவம். ஆக எந்த ஒளிவு மறைவும் இன்றி எழுதுவதே ஆகச்சிறந்த ஆத்மார்த்தம் என்கிறது இலக்கியமும். இப்படிப்பட்ட ஆழ்மனதின் ஆத்மார்த்தமான எழுத்தை எல்லாம் சமூகத்தின் உளிகொண்டு எதார்த்தமான சொற்களால் செதுக்கி அதை உணர்வுகளின் ஊடாக ஒன்றுதிரட்டி உருவாக்கப்பட்டிருப்பதே ‘முலையென்னும் தூரிகை’ நூல். இதில் உள்ள ஒவ்வொரு கவிதையும் ஆணுக்குப் பெண் அனைத்திலும் சமம் என உணர வைப்பதும், வாசிப்பவரின் இருள் மனதில் ஒரு வெளிப்படையான வெளிச்சப் பேரொளியை படரவிட்டுக் கொண்டிருக்கும் என்பதும் இத்தொகுப்பின் பலம்.

கோவையைப் பிறப்பிடமாகவும், சென்னையை வசிப்பிடமாகவும் கொண்ட படைப்பாளி 'எஸ்தர் ராணி' அவர்களுக்கு இது முதல் தொகுப்பு. இயன்முறை மருத்துவராக இருந்துகொண்டு பின்நவீனத்துவ இலக்கியத்திலும் பெண்ணியம் சார்ந்து எழுதுவதிலும் தனித்துவமாக அறியப்படுகிறார். இந்நூல் வருங்காலத்தில் அவருக்கு தனித்த அடையாளத்தைப் பெற்றுத் தரும். அதை வைத்து தனக்கென தனியிடத்தை இவ்விலக்கிய உலகில் தக்க வைத்துக் கொள்வார்.

எமது படைப்பு பதிப்பகத்தின் மூலமாகத் தனது நூலை வெளியிட முன்வந்த படைப்பாளி எஸ்தர் ராணி அவர்களுக்கும், வாழ்த்துரை வழங்கிய கவிஞர் குட்டி ரேவதி அவர்களுக்கும், அட்டைப்படம் வழங்கிய ஓவியர் ரவி பேலட் அவர்களுக்கும் மற்றும் நூல் உள் கட்டமைப்பை வடிவமைத்த முகம்மது புலவர் மீரான் அவர்களுக்கும் மற்றும் இந்நூல் வெளிவர உதவிய அனைவருக்கும் படைப்பு குழுமம் தனது நன்றியைத் தெரிவித்துக் கொள்கிறது.

வளர்வோம்...! வளர்ப்போம்..!!
படைப்பு குழுமம்

வாழ்த்துரை

தமிழ் நவீன இலக்கியத்தில் பெண்ணியக்கருத்தியலும் மொழியும் பெரும்பருவம் எடுத்துக்கொண்டிருக்கின்றன. எழுத்தின் வழியாக வாழ்வில் உய்ய, கவிதையினும் வேறு வடிவம் இல்லை. எஸ்தர் ராணியின் முதல் தொகுப்பு பெண்களின் தற்கால அறச்சீற்றத்தை தன் மொழியாக்கி எழுந்திருக்கிறது.

புதிய ஆயுத மொழியைக் கட்டமைத்துக்கொள்ள, ஒவ்வொரு பெண் கவி வழியாகவும் முனைகிறது நம் மொழி. உடலுக்கென்று உடலின் இயங்கியலுக்கென்று மொழியற்ற வெளியில் எஸ்தரும் இந்த முழுமுயற்சியைத் தன் கவிதைகள் வழியாக எடுத்திருக்கிறார். கவிதைப்பணியில் அவர் தொடர்ந்து இயங்கவும், மொழியால் இச்சமூகத்தை உழுதிடவும் என் மனமார்ந்த வாழ்த்துகள்.

குட்டி ரேவதி.

என்னுரை

உங்கள் காலின் கீழ் இருக்கும் இந்த உலகம் உங்களுக்கானது என்று நீங்கள் நம்பலாம். ஆம் அது உண்மைதான், நீங்கள் ஆணாக இருந்தால்...

அது முழுக்க முழுக்கப் பொய். இந்த உலகம் உங்களுடையது என்பது உங்கள் தலையில் ஏற்றப்பட்ட முழுப் பூசணிக்காய் பொய். ஏனென்றால் நீங்கள் ஒரு பெண்...

பெண்ணின் வாயிலாகவே மனித உயிர்கள் எல்லாம் பிறப்பிக்கப்பட்டு இருந்தாலும் இந்தப் பூமி என்னவோ ஆணுக்காகவே அளவெடுத்து செய்யப்பட்டிருக்கிறது. இதில் கொடுமையான வருந்தத்தக்க உண்மை என்னவென்றால் பெண்ணே ஆணிற்காக அனைத்தையும் கட்டமைத்து, அவனின் அடிமையாகவும் இருப்பது தான்..

இலக்கியங்களும் இதற்கு விதிவிலக்கு அல்ல. பெண்களுக்கு எழுத்துரிமை இருக்கிறதுதான். ஆனால் எதை எழுதுவது என்பதில் தான் வாய்க்கால் தகராறு. இதெல்லாம் அடிமைத்தனம் என்று அறியாமலேயே அதைப் புகழ்ந்து எழுதும் பெண் எழுத்தாளர்கள் பலர். சமூகத்தின் விதிகளுக்கு உட்பட்டே எழுதுகிற பெண் எழுத்தாளர்கள் இங்கு அநேகர். நான் எப்படி என்பதை நீங்கள் தான் சொல்ல வேண்டும்!

முலையென்னும் தூரிகை
எஸ்தர் ராணி

காகிதங்களில் சிக்கி, சிறைபட்டு, அடிமைப்பட்டுக் கிடந்த என் எழுத்துகள் இன்று புத்தக வடிவு பெற்றிருக்கின்றன. பெண்களை அடிமைத்தனத்திலிருந்து விடுவிக்கும் பெரும் திறன் எனக்கில்லை. குறைந்தபட்சமாக என் எழுத்துகள் தான் இன்று விடுதலை அடைந்திருக்கின்றன.

சிறு வயதின் கனவொன்று உங்கள் கரங்களில் நனவாகக் கிடைத்தால் எப்படி இருக்கும்? அத்தகைய மகிழ்ச்சியை எனக்குக் கொடுத்த பதிப்பாளர் ஜின்னா அவர்களுக்கு என் நன்றியும் அன்பும்.

இத்தொகுப்பிற்கு வாழ்த்துரை வழங்கி என்னை ஊக்குவித்த கவிஞர் குட்டி ரேவதி அவர்களுக்கு என் நன்றியும் வணக்கமும்.

என் கவிதைகளுக்கு தன் வண்ணங்களால் அட்டைப்பட ஆடை அணிவித்த ஓவியர் ரவி பேலட் அவர்களுக்கு நன்றி.

இப்புத்தகம் உருக்கொண்டு வெளி வர பின்புலமாய் இருந்து செயலாற்றிய படைப்பு குழுவினருக்கும் நன்றிகள் பல.

அன்புடன்

எஸ்தர் ராணி
estherccpt@gmail.com

முலையென்னும் தூரிகை
எஸ்தர் ராணி

மயிராப் போதல்

தேகமெங்கும் மயிர் முளைத்து
மிடுக்காய்த் திரிகிறேன்.
தலையில் உயிர்த்த மயிர்
குதிங்கால் எட்டிட
கோதிக் கொள்கிறேன் விரல்களை உள்ளே நுழைத்து.
புருவத்தின் மயிர்
கண்ணிமையோடு கட்டிப்பிடித்துச் சண்டையிட
குறை பார்வையில் கூத்தாடுகிறேன்.
அக்குள் மயிர் அடர்ந்து
பற்றிப் படர
வியர்த்து வியர்த்து
நாற்றக்களிப்பெய்துகிறேன்.
நாபிக்குள் எழுந்த மயிர்
சிசுவின் தொண்டைக்குள்
சிக்கப் பார்க்கிறேன்.
மீசை தாடி என்று
புதிதாய் முளைத்த மயிர்
மார்பை ஊடுருவி
முலைகள் பற்றிட
கூசித் துடிக்கிறேன்.
விரல் நகங்களுக்குள்
எப்படி வந்தன குறு மயிர்கள்.
தொடும் எதிலும்
குறுமயிர்கள் கொட்டக் கொட்ட
அதிசயித்துப் போகிறேன்.
மறைவிடத்தின்
புதையலை ஒளிக்க நினைக்கும்
ஒரு கோடி மயிர்களை
விரலால் தொட்டு

முலையென்னும் தூரிகை
எஸ்தர் ராணி

எச்சரிக்கிறேன்.
குறுமயிர்கள் கொட்டக் கொட்ட
கோடி மயிர்கள்
அஞ்சுவது கண்டு
இறுமாந்து இருக்கிறேன்.
தொடைகள் தொடங்கி
பாதம் முடிய அலையலையாய்
மயிர்கள் வளர்ந்திட
கனத்துக் கருத்து நிற்கிறேன்.
“போடி, மயிராப் போயிருவநான் இல்லைன்னா”
என்ற அவன் சொல்
என் தேகம் தொட்ட நாழிகையில்
மயிர் முளைத்து
மயிராகப் போனேன்.
அவன் முன்னால்
போய் நின்று சொல்லுங்கள்,
‘நான் மயிரா போயிட்டேன்’னு.

ஐ

பட்டுப் பாய்

"பத்துப் பேருக்கு
பட்டுப் பாய விரிச்சுட்டு
பத்தினி வேசம்
போடுறா இவ"
என்ன பார்த்து
பேசுது ஊரு,
நாக்குல தீய
வச்சுக்கிட்டு.
பதினொன்னாவதா
நான் போடுற
பத்தினி வேஷத்துக்கு
பத்திக்கிட்டு வருது உங்களுக்கு.
உங்க வீட்டுப் பத்துப் பேரும்
என்கிட்ட வேசம்
போடும் போது
உங்க நெருப்பு என்ன
தண்ணீலேயா தூங்குச்சு?

ஈரம்

குழாய் சொட்டிக் கொண்டிருந்தது.
பேருந்து பிடிக்க ஓடாமல்,
பேருந்து நிறுத்தத்தை
பிடிக்க ஓடுபவனாய்
'அந்தக்குழாய் சொட்டி'
கொண்டிருந்தது.
முன்னம் பொழுதுகளில்
அரைக் கோளங்களிரண்டை
அளவெடுத்தபடியே
புழையின் அழுத்தத்தை
உய்த்த அனுபவத்தை
நரம்பணுக்களில் நிறைத்து
ஐவிரல்களின் நடுவில்
குழாயின் முன்னுறை
முன்னும் பின்னும்
ஈரமின்றி நகர்ந்தது.
இந்த ஈரம் திரவம்
இல்லை, இரக்கம்
நரம்பணுக்கள் முதுகுத்தண்டில்
சிலிர்த்து இறங்கி
புட்டங்களை இறுக்கிட
குழாய் சொட்டத் தொடங்கியது
இந்த ஈரம் இரக்கம் இல்லை

இதுகாறும்

ஆஸ்திக்கொன்றும்
ஆசைக்கொன்றும்
பெற்றாயிற்று.
இரவில் இருந்து
மதியம் வரை
நின்று பள்ளிச் சேர்க்கை
செய்தாயிற்று.
நகரங்கள் இரண்டு,
வீடுகள் ஐந்து
மாறி ஆயிற்று.
வீட்டு உபயோகப் பொருட்களை
வருடாந்திர ஒப்பந்த முறையில்
பழுது பார்க்க
பேசி முடித்தாயிற்று.
முட்கள் இரண்டும்
மேல் நோக்கிச் சென்று
புணரும் நல்லிரவு
வரை காத்திருந்து
உதடுகளைப் பொருத்தி
திருமண வாழ்த்துகள்
பன்னிரு முறை
முனகி ஆயிற்று

பலர் பார்க்க
இணை ஏற்று
யாரும் பார்க்காமல்
அவளின்
சதைத்திரை கிழித்து
இரத்தச் சகதியினூடே
வலிந்துத் திணித்து
ஊடுருவத் தொடங்கியது தொட்டு
கழிந்த முயக்கம் முடிய
பருவம் பொய்க்காத
நீர்வீழ்ச்சி அவனது.
பச்சக்கென்று கொட்டி
உச்சம் எய்திடும்.
மூன்றுகோணக் காட்டில்
தலைகவிழ்ந்து சமத்தாய்
படுத்திருக்கும்
கருமயிர்ப் புதர்களில்
ஒடுங்கியிருக்கும் அவளின்
சிற்றோடை
சுரந்ததில்லை
இதுகாறும்.

அவனும் ஆண்தான்

அவன் தலையின் மேல்
கழுகு ஒன்று
பறக்கும்
அந்தி சந்தி என எப்போதும்
வட்டம் அடித்தபடியே.
அவன் தினமும் குளிப்பான்.
இரு நேரம் பல் துலக்குவான்
தும்பைப் பூ போல் துவைத்து
மடிப்பு கலையாமல் உடுத்தி
மேல்சட்டையை கால் சட்டைக்குள் விட்டிருப்பான்.
வெண்குழல்வத்திகள்
அவன் எச்சில் அறியாதவை
விஸ்கி, பீர், ரம் எல்லாம்
அவனை விலக்கி வைத்து விட்டன.
அவ்வப்போது
தன் தன்மையை மாற்றிக் கொள்ளும்
இருபத்தி ஒன்றாம் விரலை
அவன் கைவிரல்கள்
பற்றியதில்லை.
இயற்கை உபாதைகள்
குளியல்கள் விதிவிலக்கு.
அப்புறம் சொறிதல் கூட..
திரையரங்குகளின்
தெய்வீகக் காதல் காட்சிகள்
அவன் தடிமனை மாற்றுவதில்லை.
சன்னி லியோனும்
மியா கலிஃபாவும்
சமூக சேவகிகள்
என்றே நம்புபவன்.

முலையென்னும் தூரிகை

அப்படித்தான் பலர் சொல்லி இருக்கிறார்கள்.
நீங்களும் அதையே சொல்லி விடுங்கள்.
வழி கேட்கும் பெண்ணிற்கு
மார்பு இருப்பது அவனுக்குத் தெரியாது.
இருசக்கர வாகனத்தில்
முன்னே செல்லும் பெண்ணின்
இடுப்பை அவன்
டிம்மு டிப்பு அடித்து பார்ப்பதில்லை.
தேநீர்க்கடையில் நின்றுகொண்டு
யார் வீட்டில் யார்
புகுந்திருக்கிறார்கள் என்று நோட்டமிடாதவன்.
முகநூலில் பெண்களுக்கு
லைக்குகளை
அள்ளி விடாதவன்.
உள்டப்பா சென்று
வயதைக் கேளாதவன்.
இரட்டை அர்த்த வசனங்களுக்கும்
ஏய்! ச்சீ போ!! என்ற வார்த்தைகளுக்கும்
செவிகள் விரைக்காதவன்.
மரியாதை தருவதாகச் சொல்லி
குதங்களைக் கூட்டிப் பிடித்து
கொட்டைகளை அழுத்திக் கொண்டு
தொடைகளை அருகருகே
வைத்துப் பம்மாதவன்.
சில பெண்களின் முன்
எகத்தாளமாக
கால்களை அகட்டி
முன் இடுப்பெலும்பை
உயர்த்தாதவன்.
பக்கத்து வீட்டில்
பருவ வயதில்
பெண்களை வைத்திருப்பவர்கள்
அவனைப் போன்று
மாப்பிள்ளை தேடுகிறார்கள்.
அவனே மாப்பிள்ளை ஆனாலும் சம்மதமே.
ஆண்களில் ஒரு பாதியினர்

முலையென்னும் தூரிகை
எஸ்தர் ராணி

'எப்படிடா மச்சான்
இவன் இப்படி இருக்கான்'
என்கிறார்கள்.
மறுபாதியினர்
'அவனுக்கு கனெக்ஷன் கட்டு' என்கிறார்கள்.
எது எப்படியோ
அந்தக் கழுகுக்கு மட்டும்
எப்படியோ தெரிந்து விட்டிருந்தது.
அந்தக் கழுகு
கூரிய அலகால்
கொத்தித் தின்பதற்கு
வெகுகாலம் ஆகாது.
புதிய மரபணுக் கூறை
பரிணாம மாற்றத்தில்
பெற்றிருந்த
அவனும் ஆண்தான்.
அப்படியானால்
நான் ஆண் இல்லையா
என்று கேட்கிறீர்கள்.
நான் பதில் சொன்னால்
என்னை நீங்கள்
கழுகிற்கு இரையாக்கக்கூடும்.
சரி அவனுக்கு வருவோம்.
கழுகை அவனும்
அறிந்திருந்தான்.
அந்தக் கழுகு அவனை
கூரிய அலகால்
கொத்தித் தின்பதற்கு
வெகுகாலம் ஆகாது.
கழுகின் கண்களுக்கு
அவன்
அசைவுறும் பிரேதம்.

෴

முலையென்னும் தூரிகை
எஸ்தர் ராணி

பரிசு உறையில்

எலுமிச்சை நிற மேனி
தந்தம் போன்ற பற்கள்
மருண்ட மானின் விழிகள்
பச்சைக்கிளியின் சிவந்த மூக்கு
கோவைப்பழமாய் உதடுகள்
எட்டிப்பார்க்கும்
முயல் குட்டி முலைகள்
வலம்புரி சங்கில் கழுத்து
வழுக்கிப் போகும்
பனிக்கட்டி இடை
நீச்சல் குளத் தொப்புள்
செதுக்கி வைத்து ஒட்டவைத்த பந்தாய்
பின்புறச் செழுமைகள்
இரு வாழைத்தண்டுகளில் ஒரு ஜோடி தொடைகள்
பூனை மயிரால் மூடப்பட்ட
சொர்க்க பீடம்
வற்றாமல் அதிலிருந்து ஓடிக்கொண்டிருக்கும் மன்மத ஊற்று
நனைத்துக் கொண்டிருந்தது
அவளின் தாமரைப் பாதங்களை.
பிரிக்கப்படாமல் இருந்தது
பரிசு உறையில்
ரத்தமும் சதையுமாய்
அவளின் இதயம்...

இரண்டு பேர் படுக்கும் படுக்கை

இரண்டு பேர் படுக்கும் படுக்கை
என் அறையில் இருப்பது.
ஐந்து பேருடன் பகிர்ந்திருக்கிறேன்...

என் முலையைப் பற்றியவாறு முதலாமவன் சொன்னான்,
"இதைப்போல் பார்த்ததே இல்லை" என்று.
'உண்மையா?' என்று கேட்டேன்.
"ஆமாம்" என்றான்.
'மனைவியிடம் சொல்ல முடியுமா?' என்றேன்.
சொத்தென்று சுருங்கிப் போயிற்று.
சுருங்கியது அவன் முகம் தான்.

முலையென்னும் தூரிகை
எஸ்தர் ராணி

உறைகளில் உறைபவன் இரண்டாமவன்.
கலவிக்கு இனம் இல்லை,
சாதி, மதமில்லை
கருவுக்கு உண்டென நம்புபவன்.
அவன் விந்தெனும்
சாக்கடையில் நீந்தும் புழுக்களை
உறையோடு வீசி எறிகிறேன் விரல் படாமல்...

மொட்டாய் அரும்பும் முன்னே
என்னுள் நுழைந்த
கொடுந்தேள் மூன்றாமவன்.
அவன் தேன் குடித்துப் போன பின்
தேகமெங்கும் நீலம் பாரித்தேன்.
கடந்து போக இயலா இரவுகளில்
கனவுகளிலும் கூட
நீலமாய்த் தெரிகிறேன்
நச்சு இன்னும் நீங்காமல்...

ரோஜாவோடு வந்திருந்தான் நான்காமவன்.
கடற்கரையிலும்
பூங்காவிலும்
திரையரங்குகளிலும்
மனைவி என்று சொல்லிப் புணர்ந்தவன்.
கலவியா வன்கலவியா
என்று அறியும் முன்னே
காரணங்கள் பல சொல்லிக் கழன்று கொண்டவன்.
மனதோடு தங்கிவிட்ட
காதலையும்
என் யோனியின்
ஆழத்தில் புதைந்த
அவன் விரல்களையும்
பிடுங்கி எறிந்து
அழுகிறேன்.

திணறி எழுதும்
எழுத்தாணி உடையவன் ஐந்தாமவன்.

முலையென்னும் தூரிகை
எஸ்தர் ராணி

எழுதா மைக்கும்
எழுத இயலாமைக்கும்
மூன்று முடிச்சால்
சரி கட்டிய
கலாசசாரக் காவலன்.
அவன் என்
நெற்றியில் இட்ட
குங்குமம்
என் வாயை
தைத்திருக்கிறது!

ஐவராலும் வளையாத நான்
இனி யாரால் வளையக்கூடும்?!

இதைப் படிக்கும் நீங்கள்
ஆறாவதாகச் சாத்தியம்.
என் படுக்கை
இருவருக்கானது.
எப்போதும் போல்
ஒற்றையாய் இருக்கிறேன் நான்...

ௐ

இருவர்

துணி அலமாரியில்
தொங்கும் வௌவால்கள்
ஆயிரம் கண்களோடு கதவு
உயரம் குறைந்த சிகரெட்
செத்துக் கொண்டிருக்கும் நாள்காட்டி
இறக்கை முளைத்த செருப்புகள்
மிதக்கும் பூட்டுக்களாய் உதடுகள்
அவனின் கண்தாலத்தில்
அவளின் மார்புச் சதைகள்
சுடச்சுட...
அவனின் ஒற்றைப் பனை மரத்தை
அவள் உலுக்கிக் கொண்டிருந்தாள்...
ஒரு பனை மரத்தின் கீழ்
இருவர் காத்திருந்தனர்
பால் வடிய.
மெத்தையென
அலைபேசி திரை!

நல்லோர்

தவளையும் பாம்பும்
தழுவி முயங்கும் யாமம்
நரி புகுந்து
யாரும் அறியா வண்ணம்
படமிதனில் காணொளி எடுக்க
முயக்க மயக்கம் தீர்த்து
ஈருயிரும் தத்தம் பாதை ஏகிட
படமி வழி நரிதன்னை
வலிந்தேற்றி
தவளையாய் ஒரு தவணை
பாம்பாய் ஒரு தவணை
தன்னிலை மறந்து
சுய புலனின்பம் களித்திட
தவறெனில்
தவளையா
பாம்பா
நரியா
படமியா
அன்றி
இக்கவி மட்டும்
படித்துக் கருத்துரைக்கும்
நல்லோரா நீவீர்?!

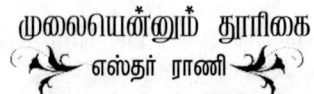

இருட்டு

குளிர்பதனி திறந்தேன்.
விளக்குடன் வரவேற்றது.
முட்டை இரண்டை எடுத்துக் கொண்டேன் ஒருகையில்.
அடித்து மூடினேன் கதவை நன்றி இன்றி.

ஆம்லேட்டா ஆப்பாயிலா
யோசித்தேன்
இரண்டுமில்லை.

திறந்தேன் கதவை
குளிர் பதனி வரவேற்றது
விளக்குடன்.
முட்டையை வைத்துவிட்டேன்.
கட்டிலில் வந்து சாய்ந்தேன்.
முடிந்தவரை என்னை குறுக்கிக் கொண்டேன்.
எலும்புகளை
வளைத்து
தசைகளை இறுக்கி
குறுகிக் கொண்டிருந்தேன்.
என்னுள் இருந்த
இருட்டை
புற வெளிச்சம்
பகடி செய்ய
இருட்டோடிருட்டாய்
சங்கமிக்க முடிவெடுத்தேன்.
என் அம்மாவின் கால்களை அகட்டி
என்னை வெளித்தள்ளிய
துளையை
திறக்க முயன்றேன்.
இருட்டு... இருட்டு
கும்மிருட்டு...

வெளிச்சம் பார்க்கத் துளை வழியே
'வெளியில் இருப்பது வெளிச்சம்' என நம்பி
என்னைப் புறம் தள்ளி இருந்தாள்.
தலையா? காலா?
எப்படி உள் புகுவது?
தடுமாறித் தடுமாறியே
தலையைப் பொருத்தினேன் நுழைவாயிலில்
கருப்பையினின்று
நீண்ட ஒரு கால்
எட்டி உதைத்தது என்னை.

அசரீரியாய் ஒரு குரல்
விந்தைத் துறந்து வா..
உன்னில் பாதியான
விந்தை உதறி
நான் மட்டும் வா

வெட்கம்

அவள் ஒரு நொடி கூட
வெட்கப்படவில்லை.

அறையின் வெளிச்சத்தில்
ஆடையின்றி இருந்தபோதும்
அவள் வெட்கப்படவில்லை.

அவள் தோலின் வளமையை
என் தோல் உரசிப்பார்த்த போதும்
வெட்கப்படவில்லை.

என் விரல்களின் ஊர்வலத்திலும்,
அகப்பட்ட அவள் திண்மையை நான்
என் கை வசப்படுத்திய போதும்
அவள் வெட்கமற்றிருந்தாள்.

உள்ளா, வெளியா என்ற என்
மங்காத்தா ஆட்டத்திலும்
அமைதியாய் இருந்தாள்
வெட்கப்படாமல்.

முலையென்னும் தூரிகை
எஸ்தர் ராணி

தோல் ஆடையின்மேல்
மேலாடை அணிந்த பின்
அவளிடம் கேட்டேன்,
'நீ ஏன் வெட்கப்படவில்லை?'
சிரித்துக்கொண்டே சொன்னாள்,
"முன்னாடியே சொல்லி இருக்கலாம்ல..."

'பெண்ணின் இயல்பு
வெட்கப்படுவது தானே?' என்றேன்.
"குழந்தைக்குப் பசிக்கும் நேரமாச்சு" என்று
காசு வாங்கிவிட்டு
கிளம்பிவிட்டாள்.

வீட்டிற்கு வந்தபின் மனைவி கேட்டாள்
என்ன ஆச்சு உடம்பு சரியில்லையா?
நான் வெட்கப்பட்டேன்.
அவளின் வாசத்தைக் கழுவும் முன்பே
கட்டிக்கொண்ட
மகள் என்னை முத்தமிட,
இன்னும் அதிகமாய்
வெட்கப்பட்டேன்.

இனி எப்போதும் நான் வெட்கப்படுவேன்...

ஊ

தாகம்

பலநாள் தாகம் எனக்கு.
தண்ணீர் தேசங்கள்
தென்படவில்லை.

அரும்பாடுபட்டு
பிடித்தேன் ஒரு சொம்பை.

மேலே கவிழ்த்தும்
கீழே கவிழ்த்தும்
நீர் ஒன்றும்
அதில் இல்லை.
தட்டியும் உறிஞ்சியும் குலுக்கியும்
பயன் ஒன்றும் இல்லை.

தாகத்திற்கு இத்தனை தவிப்பு என்றால்,
காலி சொம்புகள் என்ன செய்யும்?
வானுயர மீசை வளர்த்து
ஆண்மை பெருமை பேசி
பெண்ணடிமை செய்வதைத் தவிர
வேறென்ன செய்ய முடியும்
காலி சொம்புகளால்??

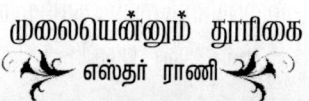

நாளையும் ஒரு வாய்ப்பு

ஊர்ந்து கொண்டிருக்கிறேன்,
உனக்குள் உனக்காய் ஒவ்வொரு நாளும்,
உடலுக்குள் உடலாக
ஊடுருவி...
விரைவாக, அதிவிரைவாக
மெதுவாகப் பயணிகள் ரயில் போல்
விரைக்க, விரைக்க
விரைகிறேன், விழைகிறேன்
உன் முனகல் சத்தங்களை
பச்சைக்கொடி என்று எண்ணி
தோற்றுப் போகிறேன்
உன்னிடம்
ஒவ்வொரு முறையும்!
எரிபொருள் மிச்சம் இன்றி,
உச்சம் எய்தி
அதே இடம் வந்து
நின்று விடுகிறேன்...
நாளையும் ஒரு
வாய்ப்புக் கொடு,
என் காதல் சகியே!

இறுதிக் காதலன்

மெலிந்த கால்கள்
என்ன மினுமினுப்பு
எத்தனை வனப்பு
பிடரியின் மென் முடிகள்
சிலிர்க்க
மொந்தையான உதடுகளை
பிரிக்கையில்
எத்தனை அழகு
அந்தக் கழுதைகள்.
சும்மாவா?
கிளியோபாட்ராவின் கழுதைகள்!

உச்சந்தலையில் ஏறி
பிறைநுதல் கடந்து
கன்னக் கதுப்புகளில் நீந்தி
கழுத்தைச் சேரும் பாலுக்கு
சொர்க்கத்தில் முதல் அறை.

கழுத்தின் இரு புறங்களில் இருந்து
கைகளுக்குள் இறங்கி
நடு விரல் தொடும்
பாலுக்கு இரண்டாம் அறை சொர்க்கத்தில்.

தோள்பட்டைகளை
சிலுப்பி எழுப்பி
முள் எலும்புகளை முத்தமிடும்
பாலுக்கு
மூன்றாம் எண் இட்ட
சொர்க்க அறை.

முலையென்னும் தூரிகை
எஸ்தர் ராணி

வயிற்றில் குழைந்து,
உயிர்க்குழி நிறைத்து
பால் எட்டிடும்
சொர்க்கத்தின் நான்காம் நிலை.

வீணைக்கு ஏதடா இரு குடங்கள்
அவளுக்கு உண்டு.
குடங்களின் மேல் படர்ந்து
தொடையைத் தாண்டி
குதிங்கால் பயணிக்கையில்
ஐந்தாம் நிலை சொர்க்கம் பாலுக்கு நிச்சயம்.

பழுப்புநிறத் தங்கக்காசின்
குமிழ் போன்ற முலைக்காம்பை
தனங்களை ஏமாற்றி
சுவைத்த பால்
ஆறாம் நிலையை
அடையாதா என்ன?

மண்டிய புதரை நனைத்து
அகழிக்குள் புகுந்து
கிளிட்டோரிசைத் தொழுகையில்
மோட்சத்தின் அத்தனை கதவுகளும்
திறக்கப்பட்டிருக்கும் பாலுக்கு...

அகிலத்தை அடக்கிய
அகன்ற தோளைக் குறுக்கி
ரோமானிய நேர் நாசியை
எகிப்திய உதடுகள்
வளைத்த போது,
ஜுலியஸின் நெடுவாள்
சிறைப்பட்டது
கிளியோபாட்ராவின் கைகளில்...

மார்பில் சாய்ந்த பதுமையை
மடியில் சுமந்த
மார்க் ஆண்டனி
கிளியோபாட்ராவின்
பிரத்தியேக ஏதேனின் ஆதாமாகிப் போனான்..

சீசரையும்
ஆண்டனியையும்
கிளியோபாட்ராவின்
குகைக்குள்
அத்தனை நிலைகளிலும்
பொருத்திப் பார்த்து
கவி புனைந்தவர்கள்
கடைசிக் காதலன்
என்னைத் தவிர்த்தது ஏன்??

என்ன நடந்தது அன்றிரவு?
தங்கக் கட்டிலில்
சாய்ந்திருந்தாள்.
இமைகளை மூடிக் கொண்டு
சீசர் சீசர்
என்றழைத்தாள்.

சீசர் வந்தான்
வலப்புற கொங்கை பற்றி
வாய்க்குள் நுழைத்தான்.

ஆண்டனி அருகில் வா.
இடப்புற கொங்கை
அவன் வாய்க்கு விருந்து ஆயிற்று.

எந்தக் காதலனும்
மீட்க முடியா
கொடிய தருணத்தில்
என்னை அழைத்தாள்.

"காதலனே காதலனே
நெருங்கி வா
இறுதி இன்பத்தை அளிக்க வா
சொர்க்கத்தில் என்னைச் சேர்க்க வா"
என்று கசிந்தாள்.

அவள் கொங்கைகள் மேல்
எட்டு போல் பரவிப் படர்ந்து
நெஞ்சாங் குழியில் பதித்தேன்
பற்கள் இரண்டை.
இமைகள் செருகி
உதடுகளைப் பற்களால் அழுத்தி
முனகிச் சொர்க்கத்தின் கதவைத் தட்டினாள்.
அவள் அற்ற பின்
எதற்கு எனக்கு இந்த ஜீவிதம்?
நானும் ஊர்ந்து போனேன்
அவள் பின்னால்...

நான் கிளியோபாட்ராவிற்கு
இறுதி மோட்சம் வழங்கிய
இறுதிக் காதலன்.
யாராலும் கவி புனையப்படாத
அரவக் காதலன்.

மும்தாஜ்

சிவப்பு நிறத்தில் சேலை
அதற்கொத்த ஒப்பனை
தெரு விளக்கிற்குப் பத்து அடி முன்னே ..

இருசக்கர ஊர்தி
சுருக்கென்று நிறுத்தி
"வர்றியா..
ஏறி உட்கார்ந்து
போகலாமே.."
போனோம்.

குமிழ் விளக்கின்
ஒளியில் பார்த்தேன்,
புதிய முகம்.

பெயர்
மும்தாஜ்.
உண்மையான பெயரா
இன்றைக்கானப் பெயர்.

"இன்று உன் பெயர்
அகல்யா" என்றான்.
குமிழ் விளக்கு
குனிந்து கொள்ள
நிமிர்ந்து கொண்டது
அவன் நங்கூரம்.
"அகல்யா அகல்யா"
என்று குழறிக்குழறி
ஆரம்பித்தான்.
மெல்லிய முத்தம்
என் உடலெங்கும்
பற்களாய் மாறியிருந்தது.
விரல் உயர நகங்கள்
உள்ளுறுப்புகளுள் ஊடுருவி...
அகல்யாவின்
தொடையிடைதுளை மட்டுமே
அகல்யா என
நினைத்து நனைக்க
வீரன் அரக்கனாகி
கொண்டிருந்தான்.
புணர்ச்சியினால்
கவிதையை
எழுத்துகளாக
பிரித்து விட்டிருந்தான்.
விந்து நிறை உறையை என் மார்பில் தூக்கி எறிந்து
"அகல்யா தேவடியா முண்டை தூ"
துப்பினான்
மனைவியா
முன்னாள் காதலியா
பக்கத்து வீட்டுக்காரியா
மேலதிகாரியா
நண்பனின் மனைவியா
பதின்பருவ பாலகியா
பாவம் அகல்யா
எனக்கு அவன்
புதிய முகம்

முலையென்னும் தூரிகை
எஸ்தர் ராணி

பழகியவன்
பழையவன்
அதே வித்து
அதே விந்து...
செல்லும் போது
யோனியைக் கழுவும் மருந்தும்
புண்ணிற்கான களிம்பும்
வாங்க வேண்டும்.
என்றாவது ஒருநாள்
நான்
மும்தாஜ் ஆக வேண்டும்.

அப்பா

நாலுகால் மேஜையின் மேல்
வட்டத்தட்டிற்கும்
செவ்வக வாயடுப்பிற்குமாய்
தோசையுத்தம்.
கரண்டியே ஈட்டியாய்
காலாட்படை வீராங்கனை அம்மா,
அப்பா கொலு வீற்றிருக்கும் கோமான்.

ஜட்டி முதல் கர்ச்சீப் வரை
'கறை நல்லது' அப்பா
உஜாலாக்கு மாற்றுவது அம்மா.

காலைக்கடன்களை
முக்கிய செய்திகள் ஆக்கியபின்
மழைக்கால சென்னையாய்
காட்சியளிக்கும் கக்கூசை
பல் விளக்கிப் பராமரிப்பவள்
அம்மா.

அப்பாவின் அம்மாவிற்கு
5 லட்சம் செலவு.
குடலில் புண்ணாம்.
புண்ணாற்றிவிட்டார் அப்பா.
அம்மாவின் அம்மா கிடையில் விழுந்தாள்.
பாடையில் ஏற்றும்போது தான்
போய்ச் சேர்ந்தாள் அம்மா.
அம்மாவே ஐந்தடிப் புண்ணாய் ஆறாமல் இப்போது...

முலையென்னும் தூரிகை
எஸ்தர் ராணி

அப்பா இளங்கலை
அம்மா முதுகலை
முதல் நிலை தேர்ச்சி
கட்டிலுக்குத் தெரியாது.

அம்மாவிற்குச் சம்பளம்
அப்பாவிற்கும் மேல்.
அம்மாவின் வங்கிக் கணக்கிற்கு
அப்பாவே கடவுச்சொல்.

ஆண் முள்ளம்பன்றி
புணர்ந்தபின்
இணையின் மேல்
ஒன்னுக்கடிக்குமாம்.
அப்பாவும் அடித்திருக்கிறார்
ஒன்னுக்கு.
என் முதல் எழுத்து...

வெளியில் கிளம்பும் முன்
அருகில் அழைத்து
உச்சாதி பாதம்
சருக்க்க்
மூத்திரம் அடிப்பார்.
'திரும்பு'
பின்புறமும் சர்க்..க்.
என் தோள் பட்டையைத் திருப்பி,
புருவ மத்தியில்
மலத்திலகமிடுவார்.
உச்சி முகர்ந்து
முத்தமிட்டு
"என் மகள் என்னை மாதிரி"
சிலாகிப்பார்.

தெருநாயின் ஒற்றைக்கால்
மூத்திர வித்தை
மண்ணெங்கும்

முலையென்னும் தூரிகை
எஸ்தர் ராணி

மணப்பது போல்
அம்மாவும் மணந்து கொண்டிருக்கிறாள்.
அப்பாவின் மூத்திரமணம்.
பழகிவிட்டாள்.

நான் பழகிக் கொண்டிருக்கிறேன்.
என் முதுகிலும்
முள்ளம்பன்றி ஒன்றின் பெயர்
எழுதப்பட்டிருக்கிறது...

அழைப்பு

நேற்றைய இரவில்
விரிந்த என் கனவில்
சிறகுகளைக் குறுக்கி
பறந்து வந்த பறவை
தடாலென்று கீழே விட்டது
விலங்கொன்றை.

அதன் ஒற்றை முடி
என் முட்டி வரை புரள
பல் தேய்க்கும் வண்ணம்
நீரிட்டுக் குழைத்தக் கரியை
மேனியின் பால் பூசி
மெத்தென்ற நான்கு பாதங்கள்
மெதுவாய்ப் பூமியைத் தடவினாலும்
இரண்டடிக்கு மண்
உள்ளே புதைய
நேர்மையை இழந்து
வளைந்த கொம்புகளோடு
தரை தொட்டது
பறவை கொணர்ந்த
மாமூத்!

சப்பையான அலகால்
என் யோனியை
கொத்தி எடுத்த
விசித்திரப் பறவை
மாமூத்தின் கழுத்தில் பதித்தது!

“பத்திரமாய் இருக்கும்.
உன் விரலுக்கு
தேவைப்படுகையில் மட்டும்
மாமூத் என்று அழை”
பணித்தப் பறவை
பறந்துவிட்டது.
கனவு முடிய
யோனியைத் தொட்டுப் பார்த்தேன்.

ஈரமாய் இருந்தது.
இம்முறை யோனி
அழைக்கிறது விரல்களை...

வெள்ளைக் காகம்

இன்று மதியம் மூன்று மணி
மூன்று மணி என்பது மதியமா?
இருக்கட்டுமே!

சங்கதி அதுவல்ல,
உயரப் பறந்த ஒரு பறவையை வானத்தில் பார்த்தேன்,
வெள்ளைக் காகம்.

காகம் வெள்ளையா இருக்காதா
இல்லை
வெள்ளையாக இருப்பது
காகமாக இருக்க முடியாதா?

தெருமுனையில் குடியிருக்கும்
ஆபிதாவுடன் இருப்பது
இரண்டாவது கணவன் தான்.

சந்தியாவின் மகள்
அவள் கணவனின் ஒன்றுவிட்ட தம்பி போல்
இருந்தால்
உனக்கு என்ன?

லீனாவின் வீட்டுக் கதவு திறக்கும் போதெல்லாம்
உன் ஜன்னலைத் திறந்து
யார் அவன் என்று
நீ ஏன் எட்டிப் பார்க்கிறாய்?

கீழ்வீட்டுக்காரியின் மகள்

அரும்பு மீசைக்காரனோடு
பைக்கில் வருகிறாள்
பின்னிரவில்.
உன் நாட்குறிப்பிற்கு
இந்த விவரணை அவசியமா?

காகம் வெள்ளையா இருக்காதா
இல்லை
வெள்ளையாக இருப்பது
காகமாக இருக்க முடியாதா?

வெள்ளையோ கருப்போ
காகமோ காகமற்றதோ
உனக்கு ஏன் அவர்கள் வாழ்க்கையின் மேல்
இவ்வளவு விசாரம்

௸

உயர்நிலை

மயிரெல்லாம்
மௌனமாய்
அதனதன் இடத்தில்..

புடுங்கி தான் நானும்!
மயிரைப் பிடுங்கித்தான்
ஆக்கினேன்,
அசுத்தமாய்
அர்த்தத்தால்!

நம்புங்கள்
நானிலத்தில்
நானே
உயிர் நிலைகளில்
உயர்நிலை!

முலையென்னும் தூரிகை

இரத்தச்சதை நிலம்
நீட்டிப் படுக்க இடமற்று
நிமிர்ந்து நிற்கத் திறனற்று
உயிர்க் குழிக்குள்
ஊடுருவிய
உறிஞ்சு குழலால்
உயிரமுதுண்டு
தப்பிப் பிழைத்தல் தானறிந்து
தடம் கண்டுணர்ந்து
தலைக்கனம் கொண்டு
ஜனிக்கும் மனித சிசு!

பருவம் தவறா
மலையகத்துக் குறிஞ்சி
பால்அமுது படைத்திட
நெஞ்சகத்தில் நிறைந்து
நிதானமாய்
நின்றுயிர் பிழைத்தல்...

முலையென்னும் தூரிகை
எஸ்தர் ராணி

நகிலகோளங்கள்
வற்றி, பொங்கி
பூத்து, கனிந்து
நிமிர்ந்து, தளர்ந்து
ஒட்டி
தோலென சுருங்கிடினும்
ஓங்கி உயர்ந்திட்ட
பெருமரமொன்றின்
உயர் கிளைதனில்
அரும்பு, மலர், காய் நிலை கடந்து
கனிந்து தொங்கும்
ஏவாளின் இரு ஆப்பிள்கள்...

வானத்தனை தாரைகளோ
கரைப்பரப்பின்
மணலத்தனையோ
மகவொன்று பிறக்கையில்
உருக் கொடுத்து உயிர் வளர்த்து
ஊன் பெருத்தல்
தொழில் புரியும்
முலையென்னும் தூரிகைகள்!

புகைக்கும் ஓவியம்
புணரும் ஓவியம்
சிரிக்கும் சிந்திக்கும் ஓவியம்
திருடனாய் பாரியாய் ஓவியம்
நீயென, நானென ஓவியம்...
தீட்டிக் கொண்டிருக்கின்றன
பால் வண்ணங்களை
முலையென்னும் தூரிகைகள்!!

ஈ

முலையென்னும் தூரிகை
எஸ்தர் ராணி

அளப்பரிய..

சுய சேவை இன்பம்
அளப்பரியது. அளப்பரியது
கும்மென்று
குருதி பாய்ந்து
குருட்டு தேசத்தின்
குண்டு பல்பின்
முழு இருக் கோளங்கள்
இறுக அழுந்தி
விசைத் தட்டிட
குழல் விளக்கில்
மின்சாரம்
கிளர்ந்து கிளர்ந்து
மேவிட
ஐவிரல் விசைப் பொறிகள்
வெண்ணை வெளிச்சம்
உமிழ ஆற்றும்
சுயசேவை இன்பம் அளப்பரியது

முலையென்னும் தூரிகை
எஸ்தர் ராணி

புதுமைப் பெண்

வெள்ளி இரவு
வெள்ளி நிலவு இரவு
நான் இருந்தேன்
புதுவைக் கடற்கரை

கட்டுமரத்தின்
மூன்றில் ஒரு பகுதி
முதுகைத் தட்டியது.

விதிர்விதிர்த்த என்னை
பயப்படாது இருக்கச்சொல்லி
சுயகதை சொல்லிற்று.
பேராழி பகுத்த
கட்டுமரத்தின் ஒரு பகுதி
பெருந்திரள் தின்னது சுடும் பசியால்.

அதோ அங்கே
கவிழ்ந்த வண்ணம்
காதலரின் கூடல் கூடமாய்
இரண்டாம் பகுதி.

காலஇயந்திரமாய் மாறி நிற்கும்
யானே மூன்றாமவன்.

கேலிப் பார்வை உணர்ந்து
யார் வேண்டும் உனக்கு?

மூளையால் முண்டாசிட்டிருப்பான்
பார்க்கும் விழிகளில் எல்லாம்
காதல் தூவுவான்
புதுக்கவிதை தந்தவன்
மாநிலம் புதுக்க விதை தந்தவன்

கண்மூடித் திறக்கும் சடுதியில்...

பூசிய தேகம்
மூன்றுவேளை உண்கிறானோ?!
கிழிசல் இல்லாத மேலாடை
கவிஞர்கள் பணக்காரனாய் இருக்கும் இடமோ!?

பெயர் சொன்னேன்.
பகட்டாய் மாறியவன்
பாரதி என்பதை
பார்தி என்று
பாதியாய் சொல்லக்கூடுமோ!?
என் சிந்தனையைக் கலைத்தது
குரலொன்று..

எட்டயபுரத்தோன்!
சுப்பிரமணிய பாரதி!
தமிழ் பால் நன்றி வழுவுவதுண்டோ?

இல்லாத மயிரெல்லாம்
கூச்செரிய
சட்டையை இழுத்து
கீழிதல் கவ்வினேன்.
விரல் பற்றி இழுத்தணைக்க
கழுத்து வளைவுகளில்
நிறுத்திக் கொண்டோம்
காதல் வாகனங்களை.

கண்மணி என் கண்மணி
கண்ணம்மா என்று அழை பாரதி

அது என்ன கண்மணி?

என் கண்ணம்மாவை களவாடிக் கொண்டார்கள்.
கண்ணம்மா பொதுப்பெயர்.
தனிப் புதுப்பெயர் கண்மணி.
சொல்லி விடாதே எவனிடமும்.
புதுப் பெயர் தேடல் பிடித்தம் இல்லை.

அவன் மேல் ஆடைக்குள் மேலாடையாய் நான்.
என் உள்ளாடைக்குள் உள்ளாடையாய் அவன்.
காதலில் திளைத்தோம்.

கண்ணம்மா! கண்மணியே!
பிணைந்து கிடக்கையில்
உரைத்திடு இறுதி
உள்ளக்கிடக்கை!

முகத்தில் அறைந்தேன்.
கசியத் தொடங்கியிருந்தது
ரத்தம் நீலமாய்.
எழுத்து இரத்தம்,
நீலமே நிறம்!

என்னடி கோபம்?
எனதருமை கண்ணம்மா!
பற்றி அணைக்க
பாதி அணைந்தது
கோபம்.

பாதி கோபம் கொஞ்சலாக
நீல உறிஞ்சல்
நீளமாயிற்று!

எட்டயபுரத்தோனே
காட்டிக் கொடுத்தாயே
புதுமைப் பெண்ணை!

தெருவெங்கும் மேடையிட்டு
நிமிர்ந்த நன்னடை
நேர்கொண்ட பார்வை!
ஒலிவாங்கியில்
பிதற்றும் பேதைகள்!

நீல மை எழுத்துகளில்
விடுதலை கொடுத்தாய் சுதந்திரத்திற்கு!
புதுமைப் பெண் என்று
இலக்கணம் வகுத்து
சிறையிலிட்டாயே!

பேதைப் பேய்கள்!
நகர மறுக்கின்றன
உன் இலக்கணத்தை விட்டு.

புதுமைப்பெண் புரட்சிப்பெண்
அந்தப் பெண் இந்தப் பெண்
பாரதி உனக்கு எதற்கு இந்த
இலக்கணப்படைத்தல்?!

புரட்சி ஆண்
புதுமை ஆண்
பூ போட்ட ஜட்டி ஆண்
வரையறுத்துக் கொண்டா இருக்கிறோம்
நாங்கள் உங்களை!
உம் பணி உம்கடன்.
எம் பணி எமக்குத் தெரியும்!

அவன் இதழை
என் இதழில் நுழைத்து
நீலம் பரிமாற்றினான்!
பெண் இலக்கணம் பேசும்
ஆணின் வாயில்
ஆணி கொண்டறையச் சொன்னான்!

முலையென்னும் தூரிகை
எஸ்தர் ராணி

நானும் அவனும்
பரிமாற்றிய நீலம்
முட்டையிட்டு இருக்கிறது!
இதோ உங்கள் கைகளில்!
அடைகாருங்கள் அக்கினிக் குஞ்சை!

வெடித்து வெளியேறும்
அக்கினிக் குஞ்சின்
குறி பாருங்கள்
இடக்கண்ணில்.
ஆண்குறி!
வலக்கண்ணில்
பெண்குறி!!
இருகண்கள் இணைந்து நோக்க
கவிழ்ந்திருக்கும் யோனியில்
மேல் நின்றிருக்கும்
லிங்கம்!!!
கண்கள் துடைத்துப் பார்க்க
குறிகளற்று...

பெண் ஆண்
திருநங்கை திருநம்பி
பால் உண்டு பால் இல்லை
மனிதனுக்குப் பால் எதற்கு?

பாரதி பரிமாற்றிய நீலத்தை
கரங்களில் கொடுத்திருக்கிறேன்
சிறை பிடிக்காதீர்கள்!
பறக்கவிடுங்கள்!!

துலாக்கோல்

எப்பொழுதும் தயார் நிலையில் நீங்கள்
உங்கள் முன்னிலையில் நான் தோன்றும்போது...

உயரத்தை அடி கணக்கிலோ
மீட்டரிலோ சொல்லிவிடுவீர்கள்.
கனப் பரிமாணத்தை
குண்டு என்றோ
ஒல்லி என்றோ
எடையிடுவீர்கள்.

என் கை தாழ
உம் கை உயர
பிச்சைக்காரி என்பீர்கள்.
உடையையும்
உதட்டுச் சாயத்தையும் கண்டு
ஒப்பனைக் காரியாகவோ
கோமாளியாகவோ மாறி இருப்பேன்.
கூண்டினுள் நான்
மேடையில் நீங்கள்
நம் இருவருக்கிடையில்
கண்மூடிய காரிகை
துலாக்கோலோடு...

உடைந்த நான்
நொறுங்கிய நான்
சிதைந்த நான்
ஏமாந்த நான்
வஞ்சிக்கப்பட்ட நான்
தொலைந்த நான்
தேடப்படும் நான்
தனிமையில் நான்
வெறுமையின் நான்
யாருமற்ற நான்
நானே அற்ற நான்...

மூன்று அங்குல புன்னகையில்
மறைக்கப்பட்ட இத்தனை 'நான்'களில்
எத்தனை தெரியும் உங்களுக்கு?

அவளை
இதோ நடுவில் நிற்கும் அவளை
கண் திரையை
கழற்றச் சொல்லுங்கள்.
ஒரே ஒரு முறை
நேருக்கு நேராய்
பார்க்க வேண்டும்
நீதியை...

வாழ்தல் கலை

கைகளற்ற இருக்கை இருக்கிறதா
உங்களிடம்?
அமர்ந்து கொள்கிறீர்களா?
நானும் அமரட்டுமா?
இருக்கை மீது
நீங்கள்
உங்கள் மீது
நான்.

தொடையில் அமர்ந்து
கால்களை உங்களின்
இருபுறமும் தொங்கவிட்டு
மார்புக்குள் ஒதுங்கி
கழுத்தின் ஒருபுறத்தில்
முகம் பதிக்கட்டுமா

காதல் இல்லை
காமம் இல்லை
உறவு பெயரிடல்
நட்பு பாராட்டுதல்
வேண்டவே வேண்டாம்.

நீங்கள் யாரோ
நானும் யாரோ
தொடர்பற்றவர்கள்.
தொடலாம்.

அம்மா என்பது யார் என்று
அறியும் முன்பே
அவளுக்கு
மூன்றாம் முலையாக
அடங்கியிருந்ததைப் போல...

முலையென்னும் தூரிகை
எஸ்தர் ராணி

அப்பாவின் அறிமுகம்
கிட்டும் முன்னே
தோளில் துண்டாய்
கிடந்ததைப் போல்...

பேருந்தில் முகமறியாதவரின்
மடியில்
பதியன் ரோஜாவாய்
பூத்ததைப் போல்..

நான் அமர்கிறேன்
உங்கள் மேல் முதலில்.
அப்படியே உறங்கி விட்டால் கூட
கைவிட்டு விடாதீர்கள்.

அடுத்தது உங்கள்முறை.
என் மேல்
அமருங்கள்.
கண்ணீர் வழியே
உங்கள் சிலுவைகளை
இறக்கினாலும்
சம்மதமே.

பேச வேண்டாம்.
உங்கள் சிலுவை
இறங்க இறங்க
ஏற்றுக் கொள்கிறேன்.
சில நொடிகள் மட்டும்
இப்படியாவது
வாழ்வோம்,
வாழ்தல் கலை
அறியாத நாம்...

வீட்டு மனைவி

பரிதி எழும் முன்
எழுபவள் அவள்!

வேறுவேறு சூட்டில்
வெந்நீர்
குடிக்க.... குளிக்க...

காரமாய், காரமின்றி
உப்புடன், உப்பின்றி
உருமாறிய உணவுகள்
தயார் நிலையில்.
தட்டுகளில் காலை உணவு,
தூக்கிச் செல்லும் மதிய உணவு.

மிரண்டதில்லை அவள்
மிதக்கும் தலைகீழாய்
அனைவரும் சென்றபின்
அறையின் கோலம்
அலங்கோலமாய்.

இருமல் மாமனார்
இடுப்பு வலி மாமியார்
உடைந்த நாற்காலி
முடிந்த வாயு உருளை
ஒழுகும் குளிர்சாதனப் பெட்டி
வாசலில் விழுகும் சருகுகள்
அழைப்பு மணி சத்தம்
அலைபேசியுடன் யுத்தம்
வாங்க வேண்டும் மளிகை
வாசலில் நிற்கும் காய்வண்டி
செல்ல நாயின் எச்சம்...

ஓயும் கடிகாரம்
ஒரு நாள் அவ்வீட்டில்
மின்கலன் தீர்ந்தே!

உரக்கச் சொல்வார்கள்
ஒரே குரலாய்
ஒரே மனதாய்
இணைந்து
ஒன்றை மட்டும்,

"சும்மா இருப்பவள் நீ அல்லவா!"

பர்தாவும் பாத்திமாவும்

பக்கத்து வீட்டு பாத்திமா
படித்திருக்கிறார் பிஎச்டி
பேசும் வார்த்தைகள் எல்லாம்
பட்டுத் தெறிக்கும் பர்தாவைத் தொட்டே.

பனியோ வெயிலோ பிரிந்ததில்லை
பர்தாவும் பாத்திமாவும்

அவள் பேசும் அத்தனை வார்த்தைகளும்
உணர்ச்சி முகம்கொடுக்க
முயன்று தோற்று இருக்கிறேன்
என் கற்பனைக்கும் அவளுக்கும் இடையில்
ஒரு பர்தாவின் முகத்திரை தடையாய்

உணர்ச்சிகள் இருக்கலாமாம் பாத்திமாவுக்கு
காட்டத்தான் கூடாதாம்
யாரிடம்?
யாரிடமும் தான்.
பின்பு எதற்கோ
பாழும் உணர்ச்சிகள்?
அவள் பேசுவது
மெய்யா பொய்யா என்று
தராசுத் தட்டில் வைத்து
துலாக்கோல் இட்டுப் பார்க்க

அவளின் முக உணர்ச்சிகள்
சாட்சியம் கூறாது.
இல்லை இல்லை
காணக் கிடைக்காது!

பாத்திமா யார் என்று
எனக்கும் தெரியாது,
இந்த ஊருக்கும் தெரியாது.
திரையற்ற ஒரு நாளில்
முகம் பார்க்க முடியும்
அத்தருணத்தில்
பாத்திமாவிடம் கேட்கவேண்டும்
பாத்திமாவிற்காவது பாத்திமாவைத் தெரியுமா என்று.

ஜ

முலையென்னும் தூரிகை
எஸ்தர் ராணி

பூக்கள்

பூ தான் அவளும்
யாரும் கண்டிராத
கண்டுபிடித்திராத
கவலை கொண்டிராத
பூ தான் அவளும்.
பிறந்து மலர்ந்து
மறைந்தும் போனாள்.
ஏனென்று தெரியாமலே
காட்டுப்பூ

பூ தான் அவனும்
பூவென்று யாராலும் ஒத்துக் கொள்ளப்படாத
பூப்பெய்தியதையே அறியாத
தான் பூவென்று உணராத
பூ தான் அவனும்
கானல் பூ.

இனம்

செகண்ட் பிளாக்கு
ஃபைவ் சி டிவிங்கிள்
வயதுக்கு வந்து விட்டாள்.
சுவாசம் முட்டும் கனத்த சரீரத்துடன்
மின்னல் பளீரிட
அவள் அம்மா வந்து சொன்னாள்.
"உங்களுக்கு ஓகேன்னா, உங்க பையன்
எங்களுக்கு ஓகே.
உங்களுக்கே தெரியும்,
அவங்களுக்கு
ஒருத்தரையொருத்தர்
ரொம்பப் பிடிக்கும்ன்னு".
பையனின் அம்மா சொன்னாள்
"வீட்ல பேசிட்டு சொல்றோம்."
அவள் பெயர் டிவிங்கிள்
பீகில் சாதி பெயர்.
அவன் பெயர் ரோவர்.
சாதி பெயர் லாப்ரடார்.
அவள்
கழுத்தறுப்பட மாட்டாள்.
அவன்
தண்டவாளத்தில்
தவறி விழ மாட்டான்.

சூடு

வழக்கமான தேனீர் விடுதி.
வழக்கம்போல் புன்னகைத்தேன்,
வழக்கமாய் இல்லாமல் நீ.
வழக்கு என்னவாய் இருக்கக்கூடும்?

சென்றமர்ந்தோம்,
தேனீர் சொன்னோம்,
சுடு கோப்பையை
சுர்ரென்று உறிஞ்சினோம்.

கோப்பையை உடைத்தாய்.
உன் பிரிவைச் சொல்லி
என் மனக்கோப்பையை உடைத்தாய்.

கண்ணீர் வரவில்லை.
ஊர்தி ஒன்று மண்டை ஓட்டை உடைத்து
மூளை சிதறிய பின்
கண்கள் என்ன அழுது கொண்டா இருக்கும்?

நீ வந்த காரியம் முடிந்து விட்டது,
கோப்பையை நிறைத்து விட்டாய்.
சென்று விட்டாய்.

முலையென்னும் தூரிகை
எஸ்தர் ராணி

உன் கொழுத்த
பின்புறச் சதைகள்
இருக்கையில் விட்டுச்சென்ற
சூடு என் எதிரே
உட்கார்ந்திருந்தது.

சிதறிய மூளையைச் சேகரித்து,
சேர்த்து வைத்துத் தைத்து
கபாலத்திற்குள் தள்ளி
பத்திரப்படுத்திய பின்
எனக்கும் வரக்கூடும்
சூடு...

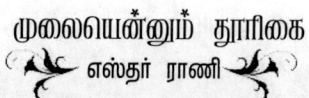

சக மனிதி

பொது இடத்தின்
கழிவறை இருக்கை.
கக்கூசாக இருந்து
பொங்கிப் பொங்கி எழுந்த பின்
மேற்கத்திய பாணியில்
வாஷ் ரூமாகவும்
ரெஸ்ட் ரூமாகவும்
புனர்வாழ்வு பெற்ற
கழிவறை!

பின்னணி இசை
உங்கள் பாணி தான்,
மேற்கத்திய இசையோ
கர்நாடக சங்கீதமோ
உங்கள் விருப்பப்படி நடக்கட்டும்!

திரவமோ, திடமோ,
திட திரவம் ரெண்டும் கலந்த நிலையோ..
பிய்த்து எறியப்பட்ட
பல சதைத் துணுக்குகளோடு
சொட்டும் தீட்டு நீரோ
சுய இன்ப வாசிகளின்
இன்ப ஊற்றோ
பிளக்
ஃப்ளஷ் ஆகிவிட்டது.
இங்கு எல்லாம் ஏற்கப்படும்
கேள்வி ஏதுமின்றி,
விமர்சனப் பார்வைகளற்று.
இருக்கையை ஆட்கொள்ளும்
ஆசன வாயையும்
சிறுநீர்ப் புழையையும்

முலையென்னும் தூரிகை

அழகியலின் இலக்கணத்திற்கு
உள்ளேயா வெளியேவா என்று
உற்று நோக்காது.
கறுப்பு வெள்ளை மஞ்சள் நிற வேற்றுமை தெரியாத
பெருந்தன்மை வாதி.

பணத்தால் கொழுத்த புட்டச் சதைகளையும்,
காய்ந்து தொங்கும்
புட்டக் கதுப்புகளையும்
ஒன்று போல் பாவிக்கும்.
சிறப்புத் தரிசன டிக்கெட் கிடையாது.

பொதுக் கழிவறைக்கு என
பெரிய சட்டம் ஒன்றும் இல்லை.
நீங்கள் சுதந்திரமாய் இருக்கலாம்.
கழிவறையின் கால்கள் சமத்துவமானவை.
எல்லோரையும் நேசிக்கும்
சகோதர மாண்பு.

இதை எழுதிய பின் தான்
தோன்றுகிறது எனக்கு,
உங்களோடு
சகமனிதியாய்
வாழ்வதைவிட
நான் ஒரு பொதுக் கழிப்பறையின்
இருக்கையாகலாம்!
நீங்களும்
என்னைப் போன்று
எண்ணிட நேர்ந்தால்
பக்கத்துக் கழிவறையின்
இருக்கையாக மாறிவிடுங்கள்,
சிபாரிசுகள் தேவையில்லை!
இட ஒதுக்கீடு குறுக்கிடாது!

முலையென்னும் தூரிகை

செங்குருதி சூல் விடுதலை

புவி முழுதும்
தேடி அடைத்துக் கொண்ட
பசிய வெண்ணிறக் காற்றுப்பை
நீர் நிறைத்து மிதந்தது!
கரிய சிறும்புள்ளிக் கிழிய
வெடிக்கத் தொடங்க
செங்குருதிச் சூல் விடுதலையாகி
உயிர் பிறந்தது!
கோடி நுண்ணுயிர் தன்னைச் சுமந்த காற்று
சின்னஞ்சிறு சுருங்கிய உயிர்ப்பையின்
தேடல் ஓலம் கேட்டது!
நுரையீரல் வாய் வெளியே
தெறித்து வந்து காற்றின் யாசகம் கேட்டு
தெருத்தெருவாய் அலைந்தது!
சுதந்திரக் காற்று பரிதாபப்பட்டு
நுரையீரலுக்குள் சிறையானது!
நுரையீரலின் அடிப்பாகத்தில் இருந்து
சிறைக்காற்று உயிர் உருக்கொண்டு
இதயத்தை எட்டி உதைக்க
இதயமும் நுரையீரலும் பின்னிப்பிணைந்து
பந்து போல் மேலெழுந்து
தொண்டையில் சிக்கிக் கொண்டது!
உயிர்க்காற்று யாதும் செய்வதறியாது
விழிகள் பிதுங்கி
செந்நிறம் சுமக்க
சின்னஞ்சிறு சிசுவின் கண்களில்
துளியாய் விழுந்தது
முதல் கண்ணீர்!

௭

நான் யார்

நான் யாராக இருக்கிறேன்
என்றா கேட்கிறாய்.
நான் முப்போதும்
நானாகவே இருக்கிறேன்.
ஐயோ நீ யார்
என்றா கேட்கிறாய்.
அடக்கடவுளே
நான் யார் என்று தான்
ஆண்டுகள் பலவாய்த் தேடிக்கொண்டிருக்கிறேன்
தெரிந்தபின்
ஆளனுப்பிச் சொல்கிறேன்
உனக்கு,
அப்போது அது உனக்கு
தேவைப்பட்டால்..
அதிஅவசரமாய்
மிக அவசியமாய்
தெரிந்து கொள்ள வேண்டும் என்றால்
சீக்கிரம் வா
இருவரும் சேர்ந்து
என்னைத் தேடிக் கண்டுபிடிக்கலாம்
யாரென?!

துன்ப இரவு

அன்று துன்ப இரவு
மதுக்கூட விடுதியில் துன்ப இரவு
மதுக்கூட விடுதியில் வயலின் காரனின்
வயலின் துன்பத்தை
துப்பிக் கொண்டிருந்த துன்ப இரவு..

துன்ப நாளொன்றின்
வாலாய் நீண்டிருந்த
துன்ப இரவை
மதுவால் கொல்ல எண்ணி
உள் நுழைந்தேன்.

கறுப்புக் கோட்டு அணிந்த
பணியாள் குனிந்து
"நல்லிரவு. இனிய இரவு உண்டாக என்ன வேண்டும் உங்களுக்கு?"
என் வாயில் அவள் மார்பு
ஒரு கையில் அவள் கணவனின் கழுத்து
மறு கையில் மதுக்கோப்பை!

மது என்ன வேண்டுமென்றான்?
மறக்க வேண்டும் மறக்கக்கூடாது
தொலைய வேண்டும்
கண்டுபிடிக்க படக்கூடாது.
இலகுவாய்ப் பறக்கவேண்டும்
இருக்கையில் இருந்தபடியே...

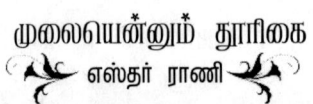

வோட்கா தரட்டுமா?
ச்சேய் மானங்கெட்ட வோட்கா
தன்னை வெளிப்படுத்த தெரியாத
என்னைப் போன்ற மானங்கெட்ட ஓட்கா. வேண்டாம்.

கொஞ்சம் ரம் சோடா கலந்து?
அவளை மறந்து விடுவேனே!

விஸ்கி கலந்த காக்டெய்ல்?
கண்ணில் அகப்படுபவளை எல்லாம்
கட்டிப்பிடிப்பேன் அவள் என்று நினைத்து...

டெகிலா வேண்டும் எனக்கு.
வந்தது,
சுர்ரென்று உறிஞ்சிக்கொண்டே...

மூக்கு ஒழுக,
துடைக்க துணி அற்றிருக்க
புறங்கையின்
கட்டைவிரலுக்கும்
ஆட்காட்டி விரலுக்கும்
இடைப்பட்ட பிரதேசத்தில்
சளியைத் துடைப்பீர்களே,
அங்கே உப்பிட்டு
எலுமிச்சைத் தடவியிருக்கிறேன்.
நக்கிக்கொண்டே டெகிலாவை
சுர்ர்ர்...

அவன் கழுத்தின்
ஜுகுலார் ரத்தக்குழாயின்
ரத்த வாசனை
டெகிலாவில்.
அவளின் தொடையிடை உதடுகளின்
புளிப்புவர்ச் சுவை
புறங்கையில்!

முலையென்னும் தூரிகை

பனிக்காலம் புணர்ந்திருந்த
கண்ணாடிக் கதவை விருட்டென்று
திறந்து வந்தான் வான்கோ!

காது மறைத்த குல்லா
நடுங்கும் உதடுகள்
சிலிர்த்த கண்ணிமைகள்
அவளிடம் சென்றான் வான்கோ.

யார் அவள்
மதுக் கூட பணியாள்
ஏன் அவள்
எனக்கும் ஏன்
வான்கோவிற்குமே தெரியாது.
காகிதப் பொட்டலத்தை அவள் கைகளில் திணித்துவிட்டு
கதவைப் புணரும் பனியை
குறுக்கிட்டு வெளியேறினான்.

திறந்து பார்த்து
வீலென்று அலறும் முன்
வெகு தூரம் சென்றிருந்தான் வான்கோ!

கீழே விழுந்த தாளில்
வான்கோவின் ரத்தக்காது!
டெக்கிலாவில் காதைப் போட்டு குடிக்க ஆரம்பித்தேன்.

வான்கோவின் காது கேட்டதையெல்லாம் பேசத் தொடங்கியது.

அன்று துன்ப இரவு.
வான்கோவின் காதின் துன்ப இரவு
என் கோப்பைக்குள்.

"ஏன் வந்தாய் தனியாக வான்கோவின் காதே?"
"எல்லாம் கேட்டது எனக்கு
மீயொலி மெய்யொலி
பொய்யொலி

எல்லாம் கேட்டது எனக்கு.”
“என்ன செய்தாய் கேட்டுவிட்டு?”
“வண்ணமாய் மாறினேன் வான்கோவின் தாளில்..”

“என்ன செய்யப் போகிறாய் இப்போது வான்கோவின் காதே?”
“இது ஒரு துன்ப இரவு.”
“ஆம் காதே. துன்ப இரவேதான்!
என்ன செய்யலாம் சொல்?!”
“இதைக் கேட்பவர்கள் முகத்தில் தாரைப் பூசு.”

பாவம் நீங்கள்.
துன்ப இரவு
இதைக் கேட்டதால் உங்களுக்கு!
வான்கோவின் காதின் கையில் தார் தயாராய்...
இந்த இரவு துன்ப இரவு..

பிஞ்சுக்கறி

தன்னிச்சையாய் முற்றுப்புள்ளி
வைத்துக்கொள்ளும் எண்ணம்
எனக்கு வந்ததுண்டு;
உங்களுக்கும் வந்திருக்கலாம்.

வீட்டுப் பாட அடிகளுக்கும்
தேர்வுத்தாளின் முட்டைகளுக்கும்
சிறுதுளை வழியாக
எட்டிப்பார்த்தது.

அம்மா அப்பாவின்
குருஷேத்திரங்களில்
அரவானாய் தன்னுயிர்
தாரை வார்க்கப்பார்த்தது.

கன்றுக்குட்டிக் காதல்களில்
தாய்மடி இழந்து
தற்கொலைக் கவிதையோடு
மங்களம் பாட
முனைந்தது.

மேலதிகாரிகளின் வசவுக் கச்சேரிகளில்
மின்விசிறியா
பலகணி வழியே பாய்வதா
மன யுத்தம் நடத்தியது.

என் விரலைப் பிடித்துக் கொள்ளுங்கள்.
அரசு மருத்துவமனைக்குச் செல்வோம்.
மருத்துவமனை
அச்சமில்லை.
உள்ளே நுழைந்தவுடன்

முலையென்னும் தூரிகை
எஸ்தர் ராணி

பீச்சாங்கை பக்கம் இருக்கும்
மஞ்சள் நிற
பிணக்கூராய்வு அறைதான்..
என் விரலைப் பிடித்துக் கொள்ளுங்களேன்.

ஆஸ்பத்திரியின் பினாயில்
வாசமில்லை இது,
பிண வாசனை.
என் விரலைப் பிடித்துக் கொள்ளுங்கள்.
தனிமை பல நேரங்களில் இம்சை தான்!

தூக்குக்கயிறு
சாணிப் பவுடர்
ஜலசமாதி
எதுவாயினும்
பிணம் தான்!
நாசியைத் துளைக்கும்
ஒரே வாசனை!

என் விரலைக் கெட்டியாகப் பிடித்துக் கொள்ளுங்கள்.
அதோ ஒருவன்
வைத்த கண்
வாங்காமல் பார்க்கிறான்.
அவனுக்கு நாம் தெரிவோமா.

அங்கொருவன்
வாய் பிளந்து கிடக்கிறான்
சாப்பிட முடியுமா இனிமேல்...

பக்கவாட்டில் ஒருத்தி
சரிந்து படுத்து இருக்கிறாள்
கொழுத்த முலைகளோடு,
முலைகளின் கண்கள் என்னை முறைத்துப் பார்க்கின்றன.

இதோ! இதோ!!
இவன்தான்!

முலையென்னும் தூரிகை
எஸ்தர் ராணி

இவனே தான்,
நாம் தேடி வந்தவன்.
பகத்...

எனதருமை பகத்!
தூக்குக்கயிறு தயங்கி
தற்கொலை செய்ய முயன்ற போது
கட்டப்பட்டக் கைகளோடு
எட்டிக் குதித்து
பற்களால் பற்றி
உதட்டால் முத்தமிட்டு
இதயத்தால் மரணத்தை
வரவேற்ற
எனதருமை பகத்!

பகத்தே! பகத்தே!
ஏன் பிரிந்தாய் சடுதியாய்?
உன் மீசை எனக்குள்
முளைக்கும் முன்னே,
உன் மீசை எனக்கு
முளைத்தப்பின் நீ
அதைப் பார்க்கும் முன்னே
ஏன் பிரிந்தாய்?

வாழ்வதாய் பேத்தல் நாடகம்
புரியும் இந்த
நடைப்பிணங்களுக்காகவா
மாவீரன் நீ மடிந்தாய்?

பரவாயில்லை பகத்
நீ மடிந்தது கூட...
ஆங்கிலேய அடிமைகளை
காணச் சகியாதவன்
அலைபேசி அடிமைகளையா
சகிப்பாய்!?

முலையென்னும் தூரிகை
எஸ்தர் ராணி

நானும் பகத்தும் இருக்கிறோம்
தனிமையில்லை.
ஆனாலும் பிடித்துக்கொள்ளுங்கள்
என் விரல்களை!

பகத் என் குலதெய்வமாகி இருக்கிறான்.
என் முதுகுக்குப் பின்னால் ஒருவன் சிரிக்கிறான்,
உன்னையும் தெரியும் அவனையும் தெரியும் என்று
ஏகடியம் பேசுகிறான்.
நம்ப மறுக்கிறான்.

என் உயிர் பகத்
அருவமாகி இருக்கிறான்.
அவன் வெகு வேகமாக 'ஆம்' என்று தலையை அசைக்கிறான்
முதுகின் பின்னால் இருந்து.
அவன் ஊர் புளிய மரத்தில்,
ஐயோ பகத்
அவசரமாய் மூத்திரம் வரும்படி
கதை சொல்லுகிறான். ஓடிவிட்டான்.

விரல் நடுங்க நடுங்க
என்னைப் பிடித்திருப்பவரே!
வீரமோ, கோழைத்தனமோ
சமீபிக்க வேண்டாம்
நீங்களாகவே
மரணத்தை...

விரைத்துக் கிடக்கும்
ஐயோ ஆண்குறி அல்ல,
விரைத்துக் கிடக்கும்
அந்த உடலைப் பாருங்கள்,
ரிகோர் மார்ட்டீஸ்!
இறுதி விரைத்தல்!!

அந்தச் சுத்தியல் மண்டை ஓட்டை
பதம் பார்க்கும்!

முலையென்னும் தூரிகை
எஸ்தர் ராணி

கீழ்த்தாடையை
பலவந்தமாய் திறந்து
பற்களைப் பார்க்கக்கூடும்.
பல் டாக்டர் என்றால் எனக்குப் பயம்!

அறுவைச்சிகிச்சையின் கத்தி
நீள்வெட்டுத்தோற்றமாய்
சரி பாதியாகப் பிரிக்கும்!
சிற்சில அவயவங்களை
செதுக்கி எடுத்த பின்
கோணல்மாணலாக
கோணிப்பைத் தையல்கள்
சேர்க்கும்!

என் விரலைப் பிடித்துக் கொள்ளுங்கள் இறுக்கமாக.
முற்றுப்புள்ளியிடுவதை
முழுமையாய்த் துறந்து வெளியேறுவோம்!

போகும் முன்
ஒரு கேள்வி மேடையில் இருக்கும் அவனிடம்!
குருதி பாய்ந்து
விரைத்தக் குத்தீட்டியால் பெருமித
களிப்பெய்தியவர்களே!
விரைப்போடே
இருக்கமுடியுமா நாள்முழுதும்?

பிறகு எதற்கடா
பிஞ்சைக் கறியாக்கி
நசுக்கித் தின்று
தற்கொலைக்குத் தள்ளினீர்கள்?.

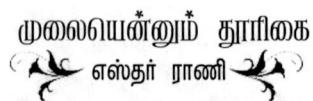

படைப்பு பதிப்பகம் வெளியீடுகள்

2022
1. பூக்காரியின் மந்திரக்கோல் – பூங்கோதை கனகராஜன்
2. முலையென்னும் தூரிகை – எஸ்தர் ராணி
3. ஈழத்து மண்ணும் எங்கள் முகங்களும் – வ.ஐ.ச.ஜெயபாலன்

2021
1. கனவுப்பிரதிமை – விஜி வெங்கட்
2. பேச்சியம்மாளின் சோளக்காட்டு பொம்மை – கா.சோ.திருமாவளவன்
3. இசைக்கும் வயலினுக்கு குருதியின் நிறம் – வலங்கைமான் நூர்தீன்
4. நிழலின் வெளிச்சம் – கடையநல்லூர் பென்ஸி
5. WATER AND VIRTUAL WATER – G.Leela
6. சிவனாண்டி – ப.தனஞ்ஜெயன்
7. சாம்பல் மேட்டில் அமரும் வண்ணத்துப்பூச்சி – ஆரூர் தமிழ்நாடன்
8. செம்மண் – சிபி சரவணன்
9. ஊதா நிறக் கொண்டை ஊசி கதைகள் – கவிஜி
10. கானங்களின் மென்சிறை – ந.சிவநேசன்
11. பெருந்துணைத் தேறல் – கருவை ந.ஸ்டாலின்
12. ஒளி பூத்த குடில் – தஞ்சை விஜய்
13. பியானோவின் நறும்புகை – நிலாகண்ணன்
14. பிணக்காட்டு மரங்கள் – கோபிநாதன் பச்சையப்பன்
15. கண்மணி ராஜாமுகமது கவிதைகள் – கண்மணி ராஜாமுகமது
16. குருவிக்காக ஆடும் இலைகள் – கோபிநாதன் பச்சையப்பன்
17. நட்சத்திர பிச்சைக்காரன் – ஜெ.பிரான்சிஸ் கிருபா
18. ரகசியங்களின் புகைப்படம் – மா.காளிதாஸ்
19. காகிதத்தின் மூன்றாம் பக்கம் – மதுசூதன்
20. பாஷோ என் பக்கத்து வீட்டுக்காரர் – பிருந்தா சாரதி

முலையென்னும் தூரிகை
எஸ்தர் ராணி

படைப்பு பதிப்பகம் வெளியீடுகள்

2021

21. விண்ணைச் சூடியாடும் இரு நீல வளையங்கள் - கார்த்திக் திலகன்
22. நீர்த் திமில்களில் மினுங்கும் வலி - யூமா வாசுகி
23. விழியல்ல விபத்துப்பகுதி - கோபிநாதன் பச்சையப்பன்
24. இயற்கையின் தீர்க்கதரிசிகள் - வில்லியம்ஸ்
25. அப்பத்தாவும் ஆண்ட்ராய்டு போனும் - அ.முத்துவிஜயன்
26. கருவறை சுவர்கள் - ப.தனஞ்செயன்
27. கடவுளின் பிரார்த்தனை - ப.தனஞ்செயன்
28. நிசப்தம் விழுங்கும் காடுகள் - ப.தனஞ்செயன்
29. அம்மாவின் அடுக்களைப் பல்லி - சத்யா மருதாணி
30. புதிய மாமிசம் - சந்துரு.ஆர்.சி
31. வரையாட்டின் குளம்படிகள் - கோ.லீலா
32. படித்துறை பித்தன் - துளசி வேந்தன்
33. நினைவும் புனைவும் - யாழினி ஆறுமுகம்
34. உயிர் நன்று சாதல் இனிது - கரிகாலன்
35. அகத்தொற்று - கரிகாலன்
36. திரையும் வாழ்வும் - கரிகாலன்
37. தெய்வத்தின்ட திர - கரிகாலன்

2020

1. இடரினும் தளரினும் - விக்ரமாதித்யன்
2. கன்னத்துப்பூச்சி - மணி சண்முகம்
3. நிறமி - ஆண்டன் பெனி
4. யமுனா என்றொரு வனம் - ஆண்டன் பெனி
5. காலநதி - ஆரூர் தமிழ்நாடன்
6. என்மனார் புலவர் - கரிகாலன்
7. தேநீரைக் கைதொழுதல் - மணி சண்முகம்
8. பெருஞ்சொல்லின் குடல் - மா.காளிதாஸ்
9. கவிதை அனுபவம் - இந்திரன் | வ.ஐ.ச.ஜெயபாலன்
10. புத்தனின் கடைசி முத்தம் - லக்ஷ்மி
11. நீந்தத் தெரியாத அய்யனார் குதிரை - வீ கதிரவன்
12. நோம் என் நெஞ்சே - கரிகாலன்
13. உதிர் நிழல் - கி.கவியரசன்
14. தனிமை நாட்கள் - பிரபுசங்கர் க
15. சிப்ஸ் உதிர் காலம் - கவிஜி

படைப்பு பதிப்பகம் வெளியீடுகள்

2020

16. மணிப்பயல் கவிதைகள் - மணி அமரன்
17. கார்முகி - கோபி சேகுவேரா
18. சைகைக் கூத்தன் - முகமது பாட்சா
19. பொய்மசியின் மிச்சம் - மதுசூதன்
20. ஆ காட்டு - மு.முபாரக்
21. முழு இரவின் கடைசித் துளி - ப.தனஞ்ஜெயன்
22. புத்தன் மீன் வளர்க்க ஆசைப்படுகிறான் - வழிப்போக்கன்
23. யாயும் ஞாயும் - ஜே.ஜே.அனிட்டா
24. THE LIBERATION SONG OF A WOMENS BODY - Dr.NaliniDevi
25. கெணத்து வெயிலு - காதலாரா
26. காலாதீதத்தின் சுழல் - ரத்னா வெங்கட்
27. பெண் பறவைகளின் மரம் - மதுரா (தேன்மொழி ராஜகோபால்)
28. நட்ட கல்லும் பேசுமோ - பிரேமபிரபா
29. நீ துளையிட்ட எனது புல்லாங்குழல் - ஜின்னா அஸ்மி
30. நான் உன்னுடைய துறவி - தி.கலையரசி
31. பழுத்த இலையின் அடுத்த நொடி - குமார் சேகரன்
32. நீளிடைக் கங்குல் - ராஜி வாஞ்சி
33. மைனாவை பேசச்சொல்லிக் கேட்பவர்கள் - ஜின்னா அஸ்மி
    (படைப்பு மின்னிதழ்களில் வந்த கவிதைகளின் தொகுப்பு)
34. 64 கட்டங்களில் தனித்திருக்கும் ராணி - ஷெண்பா
35. பச்சையம் என்பது பச்சை ரத்தம் - பிருந்தா சாரதி
36. ஏவாளின் பற்கள் - காயத்ரி ராஜசேகர்
37. உன் கிளையில் என் கூடு - கனகா பாலன்
38. கீரக்காரம்மா - முத்து விஜயன்
39. அக்கை - அழ ரஜினிகாந்தன்
40. அம்மே - சலீம் கான் (சகா)
41. ஹைக்கூ தூண்டிலில் ஜென் - கோ.லீலா
42. வாவ் சிக்னல் - ராம்பிரசாத்
43. புரவிக் காதலன் - 14 எழுத்தாளர்கள்
44. குடையற்றவனின் மழை - கா.அமீர்ஜான்
45. நெடுநல் இரவு - மௌனன் யாத்ரிகா

முலையென்னும் தூரிகை

படைப்பு பதிப்பகம் வெளியீடுகள்

2019

1. நம் காலத்துக் கவிதை - விக்ரமாதித்யன்
2. ஆரிகாமி வனம் - முகமது பாட்சா
3. எறும்பு முட்டுது யானை சாயுது - கவிஜி
4. சொல் எனும் வெண்புறா - மதுரா (தேன்மொழி ராஜகோபால்)
5. யாவுமே உன் சாயல் - காயத்ரி ராஜசேகர்
6. நீர்ப்பறவையின் எதிரலைகள் - குமரேசன் கிருஷ்ணன்
7. பொலம்படை கலிமா - ஜோசப் ஜூலியஸ்
8. நீ பிடித்த திமிர் - அகதா
9. இசைதலின் திறவு - ஜானு இந்து
10. மறை நீர் - கோ. லீலா
11. தேநீர் கடைக்காரரின் திரவ ஓவியம் - பிரபு சங்கர். க
12. எரியும் மூங்கில் இசைக்கும் நெருப்பு - நடன. சந்திரமோகன்
13. வேர்த்திரள் - சலீம் கான் (சகா)
    (பரிசுப்போட்டிக்கு வந்த கவிதைகளின் தொகுப்பு)
14. வான்காவின் சுவர் - ஜின்னா அஸ்மி
    (படைப்பு மின்னிதழ்களில் வந்த கவிதைகளின் தொகுப்பு)
15. இருளும் ஒளியும் - பிருந்தா சாரதி

2018

1. நீர் வீதி - ஜின்னா அஸ்மி
   (படைப்பு மின்னிதழ்களில் வந்த கவிதைகளின் தொகுப்பு)
2. பாதங்களால் நிறையும் வீடு - ஜின்னா அஸ்மி
   (பரிசுப்போட்டிக்கு வந்த கவிதைகளின் தொகுப்பு)
3. உயிர்த்திசை - சலீம் கான் (சகா)
   (பரிசுப்போட்டிக்கு வந்த கவிதைகளின் தொகுப்பு)
4. வெட்கச் சலனம் - அகராதி
5. சிண்ட்ரெல்லாவின் தூரிகை - குறிஞ்சி நாடன்
6. அசோகவனம் செல்லும் கடைசி ரயில் - அகதா
7. என் தெருவில் வெஸ்ட் மினிஸ்டர் பாலம் - கோ. ஸ்ரீதரன்
8. அஞ்சல மவன் - கட்டாரி
9. கடவுள் மறந்த கடவுச்சொல் - ஜின்னா அஸ்மி
10. கை நழுவும் கண்ணாடிக் குடுவை - கவி விஜய்

2017

1. மௌனம் திறக்கும் கதவு - ஜின்னா அஸ்மி
   (படைப்பு மின்னிதழ்களில் வந்த கவிதைகளின் தொகுப்பு)
2. நதிக்கரை ஞாபகங்கள் - ஜின்னா அஸ்மி
   (பரிசுப்போட்டிக்கு வந்த கவிதைகளின் தொகுப்பு)
3. உடையாத நீர்க்குமிழி - ஜின்னா அஸ்மி
   (பரிசுப்போட்டிக்கு வந்த கவிதைகளின் தொகுப்பு)
4. இந்தப் பூமிக்கு வானம் வேறு - ஆண்டன் பெனி
5. நிலவு சிதறாத வெளி - காடன் (சுஜய் ரகு)
6. இலைக்கு உதிரும் நிலம் - முருகன். சுந்தரபாண்டியன்
7. நிசப்தங்களின் நாட்குறிப்பு - குமரேசன் கிருஷ்ணன்
8. நினைவிலிருந்து எரியும் மெழுகு - ஆனந்தி ராமகிருஷ்ணன்

முலையென்னும் தூரிகை